யுவதியின் சிறகுகள்

ப.லட்சுமிப்ரியா

ஏலே பதிப்பகம்

வாழ்த்துரை

ப. லட்சுமிப்பிரியா அவர்களின் கவிதைத்தொகுப்பு சிந்தனையையும் படைப்பாற்றலையும் எடுத்து கூறும் வகையில் அமைந்துள்ளது. அவர்களின் கவிதைத்தலைப்புகள் ஒவ்வொன்றும் படிப்பவரின் சிந்தனையை தூண்டும் வகையில் அமைந்துள்ளது.

"யுவதியின் சிறகுகள்" என்ற தலைப்பில் இவர் தந்துள்ள அனைத்து கவிதைகளும் படிப்பவர்களுக்கு சிந்தனையை தூண்டும் விதமாக அமைந்துள்ளது. அன்பு, பாசம், விவசாயம், பெண்களின் முக்கியத்துவம் போன்ற தலைப்புகளில் இவரின் எழுத்துகள் இவற்றின் முக்கியத்துவத்தை விளக்குகின்றன.

"யுவதியின் சிறகுகள்" என்ற தலைப்பில் இதுபோன்று மேலும் பல தொகுப்புகளை தந்து அவர்களின் திறனையும், சிந்தனையையும் வளர்த்து கொள்ள English தமிழச்சி லட்சுமிப்பிரியா அவர்களுக்கு எனது (வகுப்பாசிரியரின்) மனமார்ந்த வாழ்த்துக்கள்.

என். சவிதா M. A., M. Phil.,

வாழ்த்துரை

English தமிழச்சி ப.லட்சுமிப்பிரியா அவர்களின் கவிதைத்தொகுப்பு அவரின் மழலை கவிதைத்திறனையும் அவரின் சிந்தனையின் முதிர்ச்சியையும் எடுத்துரைக்கிறது. பெயரில் உள்ள தனித்துவம் கவிதை நடையிலும் பிரதிபலிக்கும் வகையில் வலம் வருகிறது .

"யுவதியின் சிறகுகள்" என்ற தலைப்பில் எழுதிய பலதரப்பட்ட கவிதைகளை ஒன்றாக்கி பஞ்சவர்ண சிறகு போன்று படிப்பவர்களுக்கு எளிமையில் இனிமை அளிக்கிறது. சிறகு போன்ற மென்மையான உணர்வை அளிக்க வல்லது கவிதைகள் ஒரு யுவதியின் இளமை மன ஓட்டங்களை தன்முன் எடுத்துக்காட்டுகிறது.

"யுவதியின் சிறகுகள்" மேலும் வளர இதுபோல் பல நூல்களை வருங்காலத்தில் வெளியிட அன்பு கலந்த வாழ்த்துக்கள்.

–க.திவ்ய பிரபா M.A,B.ed.,

வாழ்த்துரை

இளங்கலை இரண்டாமாண்டு ஆங்கிலத்துறை பயிலும் மாணவி ப.லட்சுமிப்பிரியா அவர்களின் **'யுவதியின் சிறகுகள்'** என்ற கவிதைத்தொகுப்பு நூல் பாராட்டத்தக்கது. மேலும் இவரின் கவித்திறன் பலரையும் சிந்திக்க வைக்கிறது.

சென்றிடுவீர் எட்டுத்திக்கும் – கலைச்

செல்வங்கள் யாவும் கொணர்ந்து இங்கு சேர்ப்பீர்.

—   பாரதியார்

இவரின் வார்த்தைக்கு உயிர்க்கொடுக்க இவர் விரித்த சிறகே யுவதியின் சிறகுகள் என்ற இப்படைப்பு. இன்னும் பல நூல்களை எழுத English தமிழச்சி லட்சுமிப்பிரியா தங்கைக்கு அன்பு வாழ்த்துகளும் பாராட்டுகளும்.

அன்புடன்

வைசாலி செல்வம்.

அறிமுக உரை

கண்ணுக்கு தென்பட்ட அனைத்தையும் இரசிக்க தொடங்கியதில் இருந்து கவி எழுதுவதற்காக எனது சிறகுகளை விரித்தேன், பள்ளியில் படிப்பை மட்டும் பயின்று அவ்வப்போது மட்டுமே கவிதை எழுதினேன் ப.லட்சுமிப்பிரியா என்ற அடையாளத்தில், ஆனால் கல்லூரியில் கல்வியோடு கலந்து எனது கவிதை திறமையும் வளர்த்து கே.எஸ்.ஆர். மகளிர் கல்லூரியில் English தமிழச்சியாக பறந்து வருகிறேன். வேலைகள் செய்யும் போதும் எனது எண்ண சிறகுகள் என்னை கவி எழுத அழைக்கும், அப்படி அழைத்தபோதெல்லாம் எழுதப்பட்ட கவிதைகளின் தொகுப்பே **"யுவதியின் சிறகுகள்"** என்னும் எனது முதல் நூல். தாயின் அரவணைப்பில் மட்டுமே பிள்ளை வளராது சில நல்ல உள்ளங்களின் ஊக்கமும் தேவை என்பார்கள் அதுபோலவே என்னால் மட்டும் உருவானது அல்ல இந்நூல் என்னிடம் உன்னால் முடியும் என்று கூறிய எனது சில தோழமையின் நம்பிக்கையில் உருவாக்கிய நூலே எனது **"யுவதியின் சிறகுகள்"**.

நன்றியுரை

"யுவதியின் சிறகுகள்" இன்று சுதந்திரமாக உலா வரக்காரணம் என் அன்பான நெஞ்சங்களே. அவர்கள் இல்லை எனில் இன்று நான் சிறகை விரித்து உயரத்தில் பறந்திருக்க முடியாது. என்னையும் சிறந்த யுவதி என உணரவைத்த என் குடும்பத்திற்கும், அன்பின் அரவணைப்பால் அரவணித்து என்னை உயர்த்திய எமது கல்லூரியின் முதல்வர் முனைவர்.மு.கார்த்திகேயன் அவர்களுக்கும், தமிழோடு நீ விளையாடு என என்னை ஊக்குவிக்கும் எமது கல்லூரியின் தமிழ்த்துறைத் தலைவர் முனைவர் இரா.குணசீலன் அவர்களுக்கும், திறமையை முன்பே அறிந்து ஏற்றதை செய்து தரும் எமது ஆங்கிலத்துறைத் தலைவர் ஜோ.மேரி மிமிக்கிளின் ரெக்செல்லா அவர்களுக்கும், என்றும் என்னோடு அன்பாகவும் அழைத்த போதெல்லாம் உதவி செய்து உறுதுணையாக இருக்கும் எமது வகுப்பாசிரியர் என்.சவிதா அவர்களுக்கும், உதவிப் பேராசிரியர் க.திவ்ய பிரபா அவர்களுக்கும் நான் துவண்டு போகும் போது எல்லாம் என்னை தட்டிகொடுக்கும் எனது அன்பிற்குரிய அக்கா வைசாலி செல்வம் அவர்களுக்கும், எனது முதுக்கெழும்பாக இருக்கும் என் உயிர்த்தோழிகளான மு.ரா.பைரவி, எ.கா.திரிஷா, பூ.ரா.கோபிக்கா , கெளசிகா குமார் மற்றும் எனது ஆங்கிலத் துறை உதவிப் பேராசிரியர்களுக்கும் வகுப்பு தோழிகளுக்கும் நெஞ்சம் நிறைந்த நன்றிகளை தெரிவுத்து கொள்கிறேன்.

நன்றி.

ப.லட்சுமிபிரியா

என் ஆசை

உலகமே திரும்பிப் பார்க்க வைப்பது

உன் சாதனை என்றால் அதற்காக,

உன் வேதனையைப் பொறுத்துக் கொள்.

என் சாதனையின்சோதனை

இன்றில் இருந்து தொடங்குகிறது.

என் பயணத்தில் முதலடி மட்டுமே—

எனது நிழல்;

என் பயணத்தில் முடிவு எனது—

முயற்சியின் புகழ்.

கல்வி

காசில்லாமல் வாழ்பவனைவிட காசில்லாமல் வாழ்பவனைவிட

கல்வியில்லாமல் வாழ்பவனே பிச்சைக்காரன்.

கவிதை

கண்களில் இருந்து கண்ணீர் வரும் போதெல்லாம்

அதை வேடிக்கை பார்க்கும் உன் உறவுகளைவிட

உனக்காக கண்ணீர் விடும் உன் நண்பனே மேல்.

விட்டுச் சென்றாய் ஏஎன்னை?

என்மணம் என்னும் மணக்கோட்டைக்குள்

மணமாய் வந்தவள் நீ;

மணமாய் வந்த நீ

என்னை விட்டுச் சென்று

பிணமாக ஆக்கியவளும் நீ.

என் அன்பை கொண்டவள்

உன் மீது கொண்ட வெறுப்பால்

உன்னை விட்டுத் தொலைவில் செல்ல நினைக்கிறேன்.

அங்கும் உன் ஞாபகங்கள்

என்னை துரத்தி வருகின்றன.

என் புத்திக்கு தெரியும் –

அவள் என் அன்பை கொன்ற ஒருத்தி என்று,

ஆனால், என் மனது சொல்கிறது

என் அன்பை கொன்ற ஒருத்தியல்ல

என் அன்பை கொண்ட ஒருத்தி என்று.

நட்பு

உலகில் கடவுள் இல்லை என்றவனை

நீ நம்பாதே

உலகில் இதயம் இல்லை என்றவனையும்

நீ நம்பாதே

ஏன் என்றால்,

அவனிடம் நண்பன் என்ற கடவுளும்,

நட்பு என்ற இதயமும் இருக்கிறது.

தோழி

காதலி என்பவள் ஒரு கண்ணாடி

விழுந்தவுடன் உடைந்து விடுவாள்.

தோழி என்வள் ஒரு காத்தாடி

விழுந்தாலும் உன்னிடம் பறந்து வந்து விடுவாள்.

என் கனவு

என் கனவு ஸ்ரீஹரிகோட்டாவிலும் அல்ல,

சிவகாசி பட்டாசு சாலையிலும் அல்ல,

செய்திகளை திரட்டும் செய்தியாளனே!

கண்கள் தேடியது உன் கைகளை....

நான் விழுந்தேன் சாலையில்

யாரும் என்னை தூக்கவில்லை;

அங்கு நீ வருவாய் என்று எண்ணினேன்!

ஆனால் நீ வரவில்லை

எனக்கு வலித்தது –

விழுந்ததால் அல்ல;

நான் எழுந்ததனால்.

புரியவில்லையா ?

நான் விழும்போதெல்லாம்

உன் கைப்பிடித்து எழுந்தே பழக்கம்;

ஆனால் தனியாக எழுவதே எனக்கு

இப்போது வழக்கம்.

வழிகாட்டி

உன் சாலைகளில் எல்லாம்

நான் உன்னை பின் தொடருவேன்

உனக்கு வழிசுமையாக அல்ல

உன் வழிகாட்டியாக ......

என்னுடைய கனவும் சாத்தியமாகும் ஒரு நாள்

நான் சிந்தும் கண்ணீர்களிலும்

என் கனவுகள் உண்டு.

நான் சிதைக்கும் நேரங்களிலும்

என் கனவுகள் உண்டு.

என் கனவு காண–

நான் கண்ணீர் சிந்த மாட்டேன்; சிந்திப்பேன்.

என் கனவுக்காக,

நான் நேரத்தை சிதைக்கமாட்டேன்;

செதுக்குவேன்.

ப.லட்சுமிபிரியா

தவறு செய்யாதே

தவறு செய்யும் போதெல்லாம் அதிலிருந்து

தப்பிக்க நினைப்பது அழகல்ல;

தவறு செய்யும் போதெல்லாம் அதை

தட்டிக் கேட்க நினைப்பதே அழகு.

நீயே இலக்கணம்

உன்னை பார்த்து இந்த உலகமே சிரிக்க வேண்டும்;

ஆனால் ஏளனமாக அல்ல

இலக்கணமாக நீ வெல்ல.

ப.லட்சுமிபிரியா

வேண்டும் உன் உறவு

கனவில்லாத எனக்கு கனவை தந்தவள்

உணர்வில்லாத எனக்கு உணர்வை தந்தவள்

உணர்ச்சியில்லாத எனக்கு உணர்ச்சியை

தந்தவள் – நீ

ஆனால்,

உன் உறவைக் கேட்டால் தராமல்

என் உயிரையும் உன்னுடனே

எடுத்து சென்றாயே ஏன்?

உறவோடு வாழ எனக்கு

ஆசை இல்லை

உன்னோடு வாழத்தான் ஆசை

என்பதால் தானே!

கல்லாக்கி விட்டாயே என்னை

பெண் என்பவளை கல் என்று எண்ணிவிடாதே

அவள் உன்னால் கல்லாக்கப்பட்டவள்;

தன் எண்ணங்களை தகர்தெறிந்தவள்

தாயாக இருந்தபோதும் சரி; தாரமாக மாறியபோதும் சரி

தன் ஆசைகளை மறந்து உன் கட்டளைகளை ஏற்று

பொம்மைபோல் வாழ்ந்து கொண்டு வருகிறாள்.

பிறப்பின் காரணம் பெண்ணே

ஆணாக பிறந்ததால் நீ கர்வப்படாதே

பெண்ணுக்கு மேல் இருப்பதுபோல் எண்ணிவிடாதே

ஆசைகளை விட்டுக் கொடுத்ததால் நீ ஆணவம் கொள்ளாதே

பெண் தானே என்று நீ எண்ணிவிடாதே

எப்போதும் ஒன்றை மறந்துவிடாதே

உன் பிறப்புக்கு காரணம் பெண்ணல்லவா

உன் வளர்ச்சிக்கு காரணமும் பெண்ணல்லவா

உன் மகிழ்ச்சிக்காக தான் இன்று வரை உன்னோடு

இருக்கிறேன்.

எதுவும் கடந்த பெண்

எட்டுத்திசையையும் எட்டிப்பிடிக்க

எனக்கு ஆசைதான்

ஆனாலும் ஏட்டுச்சுரைக்காய்போல்

வாழ்கிறேன் உனக்காக

எட்டாத உயரத்தையும் என்னால் எட்டிபிடிக்கமுடியும்

ஆனாலும் எட்டிய தூரத்தை கூட கடக்காமல்

இருக்கிறேன் உனக்காக

பிடித்ததை செய்யவும் சாதனைப்படைக்கவும்

எனக்கு ஆசைதான்

ஆனாலும் எதுவும் செய்யாமல் சாதம் வடிக்கிறேன்.

எத்தனை இன்னல்கள் நீ தந்தாலும்

எதுவும் கடந்து போகும் என்று

இன்றுவரை உன்னுடன் இருக்கிறேன்.

என் அன்பே

உறவோடு வாழ எனக்கு

ஆசை இல்லை

உன்னோடு வாழதான் ஆசை

என் அன்பே.

கூசும் காற்று

உன் மேனியில் பட்டு

என்மீது வீசும் காற்றுகூட

என்னை தலைகுனிய வைக்கிறது.

கண்ணுக்கு தெரியாத என்னை சுவாசிக்கும் உன்னால்

ஏன் உன் கண்ணுக்கு தெரிந்த சிறுப்பிள்ளையைகூட

வாசிக்க வைக்கமுடியவில்லை என்று கேட்டு,

என்னை யோசிக்க வைக்கிறது.

பெண்ணே உன் வரம்

ஆணுக்கு பெண் கிடைத்தது ஒரு வரம்

ஆணின் வளர்ச்சிக்கு அவளே ஒரு உரம்;

ஆணின் ஆசைகளை முன்னறிந்து செயல்படுபவள்;

ஆனாலும் ஆணிடம் முதலில் அசிங்கப்படுபவள்;

பாரதி கண்ட புதுமைபெண் நாங்கள்;

ஆண் என்று பார்ப்பதனால்தானே

நீங்கள் எங்களை அடிமைப்படுத்தி வைத்திருகிறீர்கள்

பார்க்கலாம் எதுவரை இது தொடருமென்று.

எதிலும் பெண்ணே

அடுப்பங்கரையில் என்னை நீ தள்ளிவிட்டாய்

எனக்கு கவலை இல்லை;

அடிமை போல் என்னை நீ நடத்துகிறாய்

எனக்கு கவலை இல்லை;

அறிவை பறித்து விட்டோம் என்று நீ எண்ணிவிடாதே

ஏனால் நீ தான் முட்டாள்.

நாங்கள் அடுப்பங்கரையில் மட்டுமல்ல ஆயுதப்படையிலும்

உன்னைவிட சாதித்துவிடுவோம் என்றே

அமைதியாக அடக்கத்துடன் இருக்கிறோம்.

எல்லாம் பெண்ணே

தாயா இருக்கும்போது உனக்கு பால் ஊட்டினேன்;

தாரமாக இருக்கும்போது உனக்கு பலசேவைகள் செய்தேன்;

தமக்கையாக இருக்கும்போது உன்னை பாராட்டினேன்;

தோழியாக இருக்கும்போது உனக்கு தோள் அளித்தேன்;

உனக்காக நான் இத்தனை செய்தேன்–

எனக்காக நீ என்ன செய்தாய்

என்னை அடிமையாக்கியதை தவிர.

நீ மறந்துவிடாதே

அக்காலத்தில் அடுப்பூதிக் கொண்டிருந்த

பெண்ணோ நான் இல்லை;

அக்கறையாய் அறுசுவையுடன் உன்னை மட்டும் கவனித்த

பெண்ணும் நான் இல்லை;

ஆசைகளை விட்டு கொடுத்து தன் மனதுக்கு ஆறுதல்

உரைத்த பெண்ணும் நான் இல்லை;

அதிகார திமிரில் நீ இருக்கிறாய்

அதை அடக்கும் இடத்திற்கு நானும் வந்துவிட்டேன்

நீ

அதை மறந்துவிடாதே.

புதுமை படைப்பேன்

எங்களை வீட்டுக்குள் பூட்டி வைத்த காலம் ஓடிவிட்டது

எங்களால் வீட்டையே கட்டிக்கொடுக்கும் காலம் வந்து
வந்துவிட்டது.

ஏக்கத்தில் ஏங்கியே காலம் ஓடிவிட்டது

ஏவுகணையையும் ஏவிவிடும் காலம் இது.

பொறுமையாக இருப்பதனால் அடிமையாகிவிட்டேன் என்று
எண்ணிவிடாதே

பொறுமையாக இருக்கிறேன் என்பதை புரிந்துக்கொள்.

இருவரும் சமம்

எத்துறையிலும் எழுந்து வர தெரியும் எனக்கு

எனக்கு எதிராக நிற்க தைரியம் இருக்கா உனக்கு

ஆணுக்கு பெண் கீழ்தான் என்று சொன்னவன் யார்?

உடல் வலிமை தேவையில்லை

எனக்கு இருக்கும் மன வலிமையே போதும்

நீ எண்ணி விடாதே உன்னை விட

நான் குறைவு என்று.

நான் இல்லாமல் நீ இல்லை

உன்னைவிட நான் அறிவானவள் என்று புரிந்துக் கொண்டாய்

அதனால் தான் எனக்கு படிப்பறிவு தராமல்

மறுத்துவிட்டாய் அன்று.

உன் அறிவு மழுங்கிவிட்டது என்று

புரிந்துக்கொண்டாய் இன்று.

அதனால் தான் எனக்கு படிப்பளிக்கிறாய் இன்று

இப்போதாவது புரிந்துக்கொள்

நான் இல்லாமல் நீ இல்லை என்பதை.

சாதிக்கும் பெண்

சாதம் மட்டும் வடித்த கைகள் அன்று

சாதிக்க துடிக்கும் கைகள் இன்று

என்னை அடைத்து வைக்க எண்ணுகிறாய்

ஆனால் நான் அடங்கி இருப்பது உனக்காக அல்ல

குடும்ப நலனுக்காக மட்டுமே.

நெகிழ்ந்தது நெஞ்சம்

நெஞ்சம் நெகிழ்கிறது–

உன் பிஞ்சு விரல்கள் சுத்தம் செய்வதை பார்த்து ;

கொஞ்சம் அலறுகிறேன்–

நீ இந்த சத்ததில் உறங்குவதைப் பார்த்து ;

கொஞ்சம் குமுறுகிறேன்–

நீ குழந்தை என்பதை மறந்தவர்களை பார்த்து ;

போதும் என்று தோன்றுகிறது–

நீ உன் படிப்பை பாழாக்கியது ;

நீ என் கையைப் பிடித்துக்கொள்–

நாம் இணைந்தே பட்டதாரியாகமாறுவோம்.

பிரிவிலும் உன் பிரியம்

நான் சிரிக்கும் போதெல்லாம்

சிதறி விழுந்தது உன் ஞாபகங்கள்;

நடக்கும் போதெல்லாம்

தொடர்ந்து வந்தது உன் நினைவுகள்;

நான் அழும்போது மட்டும் நீ வரவில்லை

ஏன் என்று எனக்கு தெரியவில்லை,

பின்பு தான் புரிந்து கொண்டேன்

நான் அழுதால் உனக்கு பிடிக்காது.

தவிக்கிறேன் உனக்காக

உன்னோடு இருந்த நாட்கள்

எனக்கு என் தாயின் கருவறையில் இருந்தது போல இருந்தது

நீ என்னை விட்டுச் சென்றவுடன்

என் நாட்கள் ஓடவில்லை

என் வீட்டு கடிகாரம் ஓடுகிறது

நான் மட்டும் பிணமாக நிற்கிறேன்

ஒரு கல்லறையில் இருப்பதுபோல்.

தனிமை

உன்னோடு இறுதிவரை இருப்பேன்

என்று பாசமாக சொன்னவன் விரட்டிவிட்டான்.

உன்னை விடமாட்டேன் என்று பழிக்கு

சொன்னவன் துரத்துகிறான்

என்ன உலகமடா இது!

தனிமையில் வாழவேண்டியிருக்கும் என்பதனால் தான்

என்னவோ நாம் பழகிக் கொள்ள

தாயின் கருவறையில் தனியாக இருக்கும் நிலையையும்,

இறுதியில் கல்லறையில் தனித்து உறங்கும் நிலையும்

கடவுள் படைத்துவிட்டானோ!

ப.லட்சுமிபிரியா

வானில் பறக்கலாம்

வாழ்க்கையில் தள்ளிவிட்டவர்களை என்றும் மறக்காதீர்கள்

ஏன் என்றால் வாழ்க்கைக்கூட ஒரு ஊஞ்சல் போலதான்

பின் இருந்து ஒருவர் தள்ளிவிட்டால்தான்

நாம் முன் உயர்ந்து வானில் பறக்க முடியும்.

தோல்வியும் வெற்றியே

வாழ்க்கையில் தோற்றுவிட்டால்

தோற்றுவிட்டோமே என்று எண்ணாதே;

வார்த்தைகளால்வருத்தங்களை கொட்டாதே;

வாடாமல்லி என்பார்கள் அதுகூட வாடும்வரை மலர்ந்துதான்
இருக்கிறது

பின்பு நாம் மட்டும் ஏன் துவண்டுபோகவேண்டும்

வாழ்கையை நாம் ரசித்து வாழலாம்

அது எப்படி ?

தோல்விக்கூட என்னை பிரிய மனமில்லாமல்

கட்டியணைத்துக் கொண்டது

அதனால் வெற்றியும் ஒருநாள்

என் தோள்சாயவேண்டும்என்று ஏங்குகிறது.

வெற்றி

என்னை நீ மிதித்து மண்ணில்

போட்டாலும் எனக்கு கவலை இல்லை

நீ மிதித்தவுடன் நான் புதைந்துவிடமாட்டேன்

விதையாக முளைத்து விண்ணைத் தொடுவேன்

வெற்றியை எனதாக்கி கொள்வேன்.

வீழ்

தடுக்கி விழும்போதெல்லாம் தாங்க நீ

இருப்பாய் என்றால்

தயங்காமால் விழுந்து கொண்டே இருப்பேன்.

தடுமாறும்போதெல்லாம் தவிர்க்க நீ

இருப்பாய் என்றால்

தந்தரமாக தடுமாறுவேன் உன் மடியில் மட்டும் விழ.

ப.லட்சுமிபிரியா

நட்பே உயிர் மூச்சு

சுவாசகுழாயினால் மட்டுமே நீ சுவாசித்து

உயிர் வாழவில்லை

உன் சுவாசமாக உன் நண்பன்

இருப்பதனாலும் தான்

உயிர் வாழ்வது எதற்காக ?

உணவுக்காக மட்டுமல்ல

உறவுக்காகவும் தான்.

தன்னம்பிக்கை

உன்னோடு இருக்கும் எவரும் நிலையானவர்

இல்லை என்பதை என்று புரிகிறாயோ

அன்றே உன் வாழ்க்கையில் முன்னேறுவாய்

விண்ணோடு இருக்கும் நட்சத்திரத்தை போல்

ஜொலிக்க வேண்டும் என்றால்

என்னோடு கைகோர்த்துக் கொள் என்றது

தன்னம்பிக்கை.

என்னிடமே இருக்கிறது

வருத்தப்படும்போது எல்லாம்

ஆறுதல் உரைக்க

ஆயிரம் கைகளை தேடுவதைவிட

வருத்தங்களை தட்டி எறிய என்னிடமே

இரண்டு கைகள் இருக்கிறது

என்று எண்ணுங்கள்

வருத்தங்கள் ஓடிவிடும்.

நம் வாழ்க்கையே அழகாகிவிடும்.

கண்மணியே

காத்திருப்பது உனக்காக என்றால்

காற்றைக்கூட கட்டி அணைத்துக் கொள்வேன் கண்மணியே

காலம் முழுவதும் நீ எனக்காக என்றால்

கல்லறையில் கூட கண்ணிமைக்காமல்

காத்திருப்பேன் கண்மணியே.

ப.லட்சுமிபிரியா

எங்கோ எடுத்துச் சென்றாய் என்னை

கவலை கூட காற்றில் பறந்தது

தவளை கூட தரையில் மிதந்தது

நான் உன்னை கண்டபோது

என் வரிகள் கூட வறண்டுவிட்டது

உன் அருகில் நான் இருந்த நாட்களை கண்டு

கீழே விழுந்தபோதெல்லாம் வலிக்கவில்லை

மேலே எழும்போது வலித்தது

கையை பிடித்து எழ முடியாமல்

போய்விட்டதே என்று

எங்கிருந்து வந்தாய் என்று தெரியவில்லை

ஆனால் என்னை எங்கோ எடுத்துச் சென்றுவிட்டாய்.

தங்க தமிழ்

பாசத்துக்கும் நேசத்துக்கும் ரோசத்துக்கும்

வீரத்துக்கும் அடையாளம் எது?

பணக்காரன், ஏழை, நடுத்தரம்

என பாராமல் செயல்பட்டது எது?

பகை பார்க்காமல் நகையுடன்(புன்னகை)

கை கோர்த்த உள்ளம் யார் உடையது?

நாட்டையே புரட்டிப் போட்டு

நான்கு நாட்களில் திரட்டி கிட்டு

நாங்கதான் என்று சொன்ன

உலகமே வியந்து பார்த்த இடம் எது?

என் தாயின் கருவறையில் உருவான வளர்ச்சி

என் தாய் நாட்டில் உள்ள தமிழ்நாட்டில் இருப்பது மகிழ்ச்சி

அந்த இடம் தமிழகம்

தோள் தட்டி சொல்வேன் நானும் தமிழச்சி என்று.

அவமானம் அரியணை

அவமானம் என்ற ஒன்று

வாழ்க்கையில் இல்லை என்றால்

அரியணையில் அமர முடியாது ; முடிந்தவரை முயற்சி எடு.

என்று மாறுமோ இழிவு நிலை ?

இதயம் துடிக்கிறது தினமும்

இந்தியாவில் ஏழையும் துடிக்கிறான் தினமும்

இந்த நிலை மாறும் என காத்திருக்கிறான்

பாமரனும் தினமும்

போதும் இந்த இழிவு நிலை

மீண்டு எழு மனிதா.

பிரிந்தாலும் இணைவேன் உன்னை

உறவுகள் என்பது உதிரிப்பூக்கள் போல

நீயும் நானும் உதடுகள் போல

பிரிந்தாலும் சேர்ந்துவிடுவோம்

அது காதலால் அல்ல

காலங்கள் எல்லாம் தொடரும்

நம் நட்புக்காக

உயரங்கள் நான் சென்றாலும்

என் உணர்வுகள் உன்னோடு தான் இருக்கும்.

வாழ்க்கை

நம் வாழ்க்கை ஒரு கட்டுரை

நம் பிறப்பு அதற்கு முன்னுரை

நாம் வாழும் வாழ்க்கை அதற்கு பொருளுரை

ஆனால் நம் இறப்பு அதற்கு

முடிவுரையாக இல்லாமல்

முத்திரையாக இருக்க வேண்டும்.

ப.லட்சுமிபிரியா

அருவி

அருவியை பார்த்து நான் சிரித்தேன்

பின் நினைத்து கொண்டேன்

என்னை போல் தான் அதுவும் என்று

எனக்கு பேலவே கண்ணீரை

துடைக்க ஆள் இல்லை என்று

வாழ்க்கையில் நம் இன்பத்தில் உடன்

இருந்த யாரும் இறுதி வரை

உடன் வரமாட்டார்கள் என்று

புரிந்துக்கொண்டேன் இன்று.

ஒற்றுமை

கெட்டவை கெட்டனவையாக இருக்கட்டும்

நல்லவை நல்லனவையாக இருக்கட்டும்

நம் வாழ்க்கை இத்துடன் சேர்ந்தே

பயணிக்கட்டும்

நாம் செல்வோம் அதுடன் ஒற்றுமையாக

வேற்றுமையின்றி ஒற்றுமையுடன் மட்டுமே.

இயற்கை

அட முட்டாள் மனிதா

நீ அழிப்பது மண்ணை அல்ல

வெட்டுவது மரத்தை மட்டும் அல்ல

மனித இனத்தையும் தான்

மறந்துவிடாதே

மண்ணை அழிக்காதே நாளை நீ

மாண்ட பின் அதுவே உதவும்

மரத்தை அழிக்காதே இன்று நீ

சுவாசிப்பது நாளை நின்றுவிடும்.

என்னவள்

நாடியும் நீயும் ஒன்றுதான் எனக்கு

நாடி துடிப்பது நின்றாலும் நீ என்னை

நினைப்பது நின்றாலும் அன்றே நான்

உயிருடன் கல்லறையி லும் காதலித்துக்

கொண்டிருப்பேன் உன்னை மட்டும்.

எது உயரம்

உடல் அளவில் உயர்ந்து பெற்றோரை நிமிர்ந்து

உன் தலையை பார்க்க வைப்பதைவிட

உழைப்பால் உயர்ந்து

உன் பெற்றோரை தலைநிமிர்ந்து நடக்க செய்

அதுவே சிறந்த உயரம்.

எது நிம்மதி ?

எதிர்பார்ப்பின்றி உதவிடுங்கள்

ஏனெனில்

எதிர்பார்த்து கிடைக்கும் எதுவும்

மகிழ்ச்சியை அளிக்காது

எதிர்பார்ப்புடன் செய்யும் எதுவும்

நிம்மதியை அளிக்காது.

மறக்காதே

எந்த இடத்தில் நீ இருந்தாலும்

எவ்வுயரத்தில் நீ பறந்தாலும்

ஊக்குவித்தவனையும் உதவியவனையும்

ஒரு போதும் மறக்காமல் நன்றியுடன் இரு

ஏன் எனில் நம்பிக்கையும் நன்றி விசுவாசமே

உன் வெற்றியின் கரு

தன்னம்பிக்கை

தொலைவில் இருப்பதால் நான்

ஒன்றும் தொலைந்து போகவில்லை

உன்னை பார்த்து விலகி போவதால்

நான் ஒன்றும் பயந்து போகவில்லை

அளவாக இருப்பதால் நான் ஒன்றும்

அழிந்து போகவில்லை

புரிந்து கொள் நான் உயர்கிறேன்

என் பாதையில்

தன்னம்பிக்கையுடன் நான் பயணிக்கிறேன்

அதனால் நான் ஒரு போதும் தோற்கவில்லை.

திறமை

திறமை உள்ளவன் மட்டுமே உயர்வான் என்றால்

திறமை இல்லாதவன் என்ன செய்வான்

வாழ்வில் முன்னேற திறமை மட்டும்

போதுமானது அல்ல

தன்னம்பிக்கை என்ற ஒன்று வேண்டும்

தன் மீது நம்பிக்கை இருந்தாலே போதும்

தனியாக நாட்டையே ஆளலாம்.

நானும் சூரியனே

நிலவைப் போல் நட்சத்திரத்தின்

ஒளியுடன் சேர்ந்து வலம் வர விரும்பவில்லை

சூரியனைப்போல் தனியாக

வலம் வர விரும்புகிறேன்.

கல்வி

கனவை நனவாக்காமல் வாழ்வதைவிட

காணாமல் போவதே மேல்.

இலட்சியம்

இலட்சிய பாதையில் அடிவைக்கும் முன்பே

உன் நிச்சய பாதையை தேர்ந்தெடுத்துக் கொள்.

பயிற்சி

நீ இரயிலில் செல்ல

பயணியாக மட்டும் இருந்தால் போதும்

ஆனால்,

நீ வாழ்க்கையில் செல்ல

பயிற்சியாளனாக இருக்க வேண்டும்.

நனவாக்க வேண்டும்

கனவுக்கோட்டை கட்டுவது பெரிதல்ல

ஆனால்

அதை நனவாக்கி திறந்திடவேண்டும்.

நம்பிக்கை வேண்டும் மனிதா

என் முயற்சி உன்னிடம் இருக்கும் வெறுங்கையயல்ல

என்னிடம் இருக்கும் வேங்கையடா

என் பயிற்சி உன்னிடம் இருக்கும் சோம்பலல்ல

என்னிடம் இருக்கும் தேடலின் ஆவலடா

உன் பயணத்தின் பயன் வாழும் போதே உனக்கு தெரியும்

ஆனால் என் பயணத்தின் பயன் இறந்தபின் வரும்

சரித்திரமென உனக்கு புரியும்

அதனால் தான் சொல்கிறேன் கேட்டுக் கொள்

நீ இழப்பது உன் கையாக இருந்தாலும் சரி

அதை தாங்கிக்கொள்ள உன்னிடம் நம்பிகை வேண்டும்.

ப.லட்சுமிபிரியா

பொறுமை

உன்னை அறுத்து எறிவது யாராக

இருந்தாலும் சரி

வெறுத்து ஒதுக்காதே

அவர்களை பொறுத்து வாழ்ந்துபார்

இந்த அண்டமெல்லாம் உன்னை

திரும்பிப் பார்க்கும்.

வாழ்க்கையும் ஒரு முறையே

வாழ்க்கை என்பது ஒரு முறை

அதில் வலிகள் வருவதோ பலமுறை

வழிவகுத்து வாழாததே உன்குறை.

ப.லட்சுமிபிரியா

மனம்

நான் தவறும் செய்யும் நேரங்களில் எல்லாம்

உன்னிடம் இருந்து தப்பிக்க முயன்றேன்

நான் மன்னிப்பு கேட்க தவறியபோதும்

நீ என்னிடம் இருந்திருக்கிறாய்

எனக்கு தெரியவில்லை

நான் ஒரு நான் மாட்டிக் கொண்டேன்

நீ என்னை பார்த்து சொன்னாய்

அட முட்டாள்! என்னை தவிர்த்தாய்

இப்போது நீயே தவறினாய் என்று

யார் என்று தெரியவில்லை

பின்புதான் புரிந்தது

என் நிழலை போல்

என்னிடம் இருக்கும் மனசாட்சி என்று.

கல்வி

கடவுளாக வாழ்வதைவிட

கல்வியாளராக வாழ்வதே மேல்.

தாய்

தாய் தன் மகளிடம்

நான் இறந்தபின்

பெயரை என் கல்லரையில் எழுதிவையென்றாள்

நினைப்பதற்காக அல்ல

மீண்டும் உன்னை சுமப்பதற்கு என்றாள்

கருவறையில் மட்டுமல்ல, கல்லறை சென்றாலும்

உன்னை பாதுகாப்பேன் என்றாள்.

ப.லட்சுமிபிரியா

என்னவள்

நான் கலங்காதவள் என்று கர்வப்பட்டேன்

ஆனால் உன் கண்ணில் இருந்து வந்த சிறு துளி

என் கண்களில் இருந்து பெருவெள்ளமாக வந்தது

நீ கண்ணீர் சிந்தியதற்கு காரணம் தெரியவில்லை

பின்புதான் புரிந்தது

என் மரணத்திற்காக என்று

நீ கண்ணீர் சிந்தியது

என் கல்லறையின் வெளியே

நான் கண்ணீர் சிந்தியது உன் கருவறைக்குள்ளே.

நட்பு

நீ நண்பனை தேடி செல்லாதே

அவன் உன்னோடு தான் இருக்கிறான் புத்தகமாக

அவனை நீ பத்திரமாக பார்த்துக் கொள்

மறந்திடு

மன்னிப்பு கேட்பது ஒரு முறைதான்

மன்னிக்க முயல்வது ஒருமுறைதான்

அதை மறக்க முயல்வதே பலமுறை

பத்திரிக்கையாளர்

என்னிடம் ஆறாத பசி இருக்கிறது

அது எனக்கு உணவுக்காக அல்ல

என் கனவுக்காக

என் கனவின் இரகசியம் முயற்சி

என் கனவின் சக்தி பயிற்சி

எது என் கனவு?

இதுதான் ஒரு தலைசிறந்த பத்திரிக்கையாளர்.

எழத் தயங்கினேன்

நான் சென்று கொண்டிருந்த பாதையில்

நீ வருவாய் என எண்ணினேன்

நீ வர இல்லை

சென்றுக் கொண்டிருந்தேன் உன் ஞாபகத்தில்

கீழே விழுந்தேன் உன் மீது நான் கொண்ட மோகத்தால்

மீண்டும் எழுந்தேன் என் யோகத்தால்

ஆனாலும் எனக்கொரு வருத்தம்

கீழே விழுந்ததால் அல்ல

மீண்டும் எழுந்ததால் என்னை கைத்தூக்கிவிட

நீ இல்லாததால்.

விவசாயி

நான் பட்ட ணத்தில் சோறு உண்ண

நீ பட்டினியாய் சேற்றில் நிற்கிறாய்

நான் வகைவகையாய் காய்கறி உண்ண

நீ வேகாத வெயிலில் கருகிப் போகிறாய்

நான் எனிமையாய் உணவை வீணாக்க

நீ கடுமையாய் உணவை விதைக்கிறாய்

நான் என் லாபத்திற்காக உன்நிலத்தை சூறையாடினேன்

நீ என் நலத்திற்காக உன் நிலத்தைக் கேட்டு

கையேந்தி நிற்கிறாய்

உன் வயிற்றில் அடித்து ருசிபார்க்க எனக்கு ஆசை

என் வயிறு காயாமல் பசியைக் போக்க உனக்கு ஆசை

உனக்கு கஷ்டத்தை தரும் எனக்கு

இஷ்டத்தோடு உணவளிக்கிறாய்

ஆனால் நானோ உன்னை கடவுளுக்கு மேல்

வைத்து போற்றாமல் ஏறி மிதித்துக் கொண்டு
இருக்கிறேன்.

நட்பு

உறவுகள் என்பது உதிரிப்பூக்கள் போல

நீயும் நானும உதடுகள்

பிரிந்தாலும் சேர்ந்துவிடுவோம்

காதலால் அல்ல காலங்கள்

எல்லாம் தொடரும் நம் நட்புக்காக

உயரங்கள் நான் சென்றாலும்

என் உணர்வுகள் உன்னோடு தான் இருக்கும்.

புதுமை

புது இடத்திற்கு சென்றால்

எனக்கு கவலையில்லை

புது நபர்களிடம் பேச

எனக்கு தயக்கமில்லை

புதுமை என்பது பழைமையை

மறக்கடிப்பதற்கு அல்ல

பழைமையை எடுத்துரைப்பதற்கு.

ப.லட்சுமிபிரியா

வாழ்த்து

வாழ்க வளமுடன் என வாழ்த்த

வாய் இருக்கு எனக்கு

அதை கேட்க செவி இருக்கு உனக்கு

ஆனாலும் வாழும் வாழ்க்கையில்

வளத்தோடு மட்டும் வாழாமல்

மனித இனத்தோடும் வாழக் கற்றுக்கொள்

கனவை வெல்வேன்

பிறப்பது தான் சாதாரணம்

ஆனால்,

சராசரியாக இருக்காது என் மரணம்

காத்திருக்கிறேன் என் கணவனுக்காக அல்ல

கனவை நான் வெல்ல

என்னவளே

மௌனம் பேசிய உன் கண்கள் முன்

என்னால் மறுவார்த்தை பேச முடியவில்லை

மேனி முழுவதும் உன் வாசம் வீச

என்னால் மூச்சுகாற்றைக்கூட விட்டுத்தர முடியவில்லை

பாசம் காட்டும் உன் அன்பான

இதயத்தின் முன்னால்

என்னால் உன்னை தாண்டி செல்லமுடியவில்லை

பார்க்காத போது எல்லாம் பறவைபோல பறந்து வந்து

என் உறக்கத்தில் நுழைந்து தூக்கத்தை கெடுத்த என்னவளே

நான் உன் கைகளை பிடித்துநடக்க தொடங்கி நாள் என்று.

காலம்

காலத்தின் ஓட்டத்தில் நான் இருக்கிறேன்

காலமும் ஓடிக்கொண்டிருக்கிறது

என் வாழ்க்கையில் என்னைவிட வேகமாக.

மீண்டும் செல்லமாட்டேன்

நான் இறந்தபின்

என் கல்லறையில் உறங்க விரும்பவில்லை

உன் கருவறையில் பிறக்க விரும்புகிறேன்

நண்பா!

பத்துமாதம் என்னை சுமந்துவிடு

தோழா!

பத்திரமாக பார்த்துக் கொள் தோள் கொடுத்து

மீண்டும் உன்னைவிட்டு செல்லாமல் இருக்க.

ப.லட்சுமிபிரியா

என் தமிழ்

பூமித்தாய்க்கு பச்சை புடவைஅணிவித்த என் பசுமை எங்கே ?

உயிர் வாழ்வதற்கு தண்ணீர்தந்த என் கடல் அன்னையின்வளமை
எங்கே ?

சுதந்திமாக என் நாட்டு குயில்கள்பாடியது எங்கே ?

தாய்ப்பால் ஊட்டிய எம் நாட்டுமாடுகள் எங்கே ?

சுதந்திரமான எம் சுற்றுசூழல் எங்கே ?

தானாக தங்க காசுகள் கொட்டியதுபோல்

கொட்டிய எம் பொன்னான மழைத் துளிகள் எங்கே ?

அறிவியல் முன்னேற்றத்தால் எம்

முன்னோர்கள் விட்டுச் சென்ற

வளமான இந்தியா சிதைந்தது இங்கே.

வாழ்க தமிழ்நாடு! வளர்க தாய்நாடு!

ஏன் பிறந்தேன் ?

தாய்க்கு வலிக் கொடுக்க பிறந்தேனா

தந்தைக்கு சுமைக் கொடுக்க பிறந்தேனா

பாரததாயின் மேல் பாரமாக வாழ பிறந்தேனோ

இல்லை இல்லவே இல்லை

என் தாய் தந்தைக்கு பெருமை சேர்க்க

என் தமிழுக்கு சிறப்பு சேர்க்க பிறந்துள்ளேன்

படித்து பட்டம் வாங்க பிறந்துள்ளேன்

பாமரனையும் பட்டதாரியாக்க பிறந்துள்ளேன்

எம் நாட்டை உயர்த்த பிறந்துள்ளேன்

நாட்டின் பலமான விவசாயத்தை

போற்ற பிறந்துள்ளேன்

கலாமின் கனவை நனவாக்க பிறந்துள்ளேன்

காலத்தை வெல்ல பிறந்துள்ளேன்

சாதனைகளை குவிக்க பிறந்துள்ளேன்

சத்தியத்தை காக்க பிறந்துள்ளேன்

சாதியை ஒழித்து அனைவரும் சமம் என மாற்ற பிறந்துள்ளேன்

தீண்டாமையை ஒழிக்க பிறந்துள்ளேன்

திறமையுடன் ஜொலிக்க பிறந்துள்ளேன்.

84

ஆசிரியர்

ஆசிரியர் என்பவர் இரண்டாம்

தாய் என எவர் கூற கேட்டேன்

உங்களை பார்த்த நாள் அன்று தான் நினைவுக்கு வந்தது

தாய் என்பவள் கருவறையில் மட்டுமல்ல

வகுப்பறையிலும் பாதுகாப்பாள் என்று.

எது சிறப்பான வாழ்க்கை ?

சிறப்பான வாழ்கையை வாழ வேண்டுமா

சற்று சிரித்துவிடுங்கள்

துன்பமோ இன்பமோமறைந்து விடும்

அனைத்து பிரிவினைகளுக்கும்

ஒரே தீர்வு தான்

என்ன தெரியுமா ?

ஒருவரின் சிரித்த முகமே.

ப.லட்சுமிபிரியா

விமர்சனம்

என்னை விமர்சிக்கும் அனைவரையும்

நான் விரும்பி ஏற்கிறேன்

ஏளனமான பேச்சுகளை

எதிர்பார்த்து காத்திருகிறேன்

என்னை பற்றி புறம் பேசுபவரை கூட

புகழ ஆசைப்படுகிறேன்

ஏன் எனில் இவர்கள் இல்லை என்றால்

எவ்வாறு நான் வெற்றியோடு

கைகோர்த்திருக்க இயலும்.

வீழ்வேன் என நினைத்தாயோ!

நம்பிக்கையோடு இணைந்து விட்டேன் இன்று

நடப்பதெல்லாம் நன்மையே என்று

புரிந்துக்கொண்டேன் இன்று

நாடகம் ஆடத்தெரியாமல் இருந்தேன்

அதையும் அறிந்து கொண்டேன் இன்று

இனி எத்தனை இழிவு வந்தாலும்

தாங்கிக் கொள்வேன் இன்று

பல வேடிக்கை மனிதர்களைப்போல்

வீழ்வேன் என்று நினைத்தாயோ.

ப.லட்சுமிபிரியா

உண்மையானவர் யார்?

தினமும் ஒரு பாடத்தை கற்கிறாய்

பிறகு ஏன் பிறரின் வேடத்தை ரசிக்கிறாய்

தெரிந்தும் தெரியாமலும் உடன் இருக்கி றாய்

பிறகு ஏன் குற்றம் கூறுகிறாய்

இனியாவது புரிந்து கொள்

நடப்பது எல்லாம் நன்மைக்கே

உடன் இருப்பவர் எல்லாம்

உண்மையானவர் இல்லை என்பதையும்.

வெற்றி தோல்வி

இரவும் பகலும் ஒரே சமயத்தில் வருவதில்லை

உன் வெற்றியும் தோல்வியும் அவ்வாறே

இரவாகவே இருந்தாலும் பகலாகவே இருந்தாலும்

பிடிக்கமால் போய்விடும்

அதேபோல் தான் வாழ்க்கையிலும்

வெற்றி மட்டும் இருந்தால்

சற்று வாழ்க்கை படிக்க முடியாமல் போய்விடும்

இதுதான் வாழ்க்கை என்று அறிய

சில தோல்விகளுடனும்

கைக்கோர்க்க வேண்டும்.

தன்னம்பிக்கை

ரோட்டில் நானும் தனித்து நடந்தேன்

நிலவும் வானில் தனித்து உடன் வந்தது

நான் நிலவிடம் கேட்டேன்

ஏன் நீ தனித்து பின் வருகிறாய் என்று

அதுவோ கூறியது

நீ தனித்து வருவாய் என்று அறிந்தேன்

தனித்து உன்னை பின் தொடருகிறேன் என்று

ஆம், நிலவை போன்றதே

என் தன்னம்பிக்கையும்

என்னுடன் என்றும் உடன் வருகிறது

நிலையாக இருக்க வேண்டும்

எப்போதும் நிலையாக இருக்க கற்றுக்கொள்

ஏன் எனில், இங்கு எதுவும் நிரந்தரம்

என்பது கிடையாது

ஆனால் உன் மீது இருக்கும்

நம்பிக்கை நிலையானது

அதை நீ ஒருபோதும் இழந்துவிடாதே

ஏன் எனில் வீழ்ந்தாலும் எழுந்துவிடலாம்.

ஒற்றுமை

எனக்கு என்று வாழ்வதைவிட

எனக்கும் என்று வாழக் கற்றுக்கொள்ளுங்கள்

வாழ்க்கை அழகாகிவிடும்

வாய்ப்பும் அனைவருக்கும் கிடைக்கும்.

தேடல்

ஒரு மனிதனின் வாழ்க்கையே தேடல்தான்

பிறக்கும்போது தன் தாயை தேடுகிறேன்

வளரும்போது தன் தந்தையை தேடுகிறேன்

வளர்ந்த பிறகு தனக்கென ஒரு மதிப்பை தேடுகிறேன்

மதிக்க ஆரம்பித்தவுடன் தனக்னெ

ஒரு செல்வாக்கை தேடுகிறேன்

இப்படி இருக்கும் நாள் வரை

ஏதோ ஒன்றை தேடிக் கொண்டேதான் இருக்கிறேன்.

நதியின் பாடம்

நதிகூட அதன் முடிவு எங்கு என்று

தெரியாமல் பிறருக்கு பயன்பட்டுதான் செல்கிறது

பிறகு ஏன் மனிதர்கள் நாம் மட்டும்

சுயநலத்துடன் செயல்படுகிறோம்

இயற்கைகூட அழகான பாடத்தை

தினமும் நமக்கு கற்றுத்தருகிறது

ஆனாலும் அதை நாம் ஏற்க மறுக்கிறோம்.

அன்பு

அன்பை மட்டுமே அனைவரிடமும் பகிருங்கள்

அது அவனமாத்தை தேடி தந்தாலும் பரவாயில்லை

ஆனால் உங்கள் அன்பை

அடமானம் வைக்காத்தீர்கள் ஒருவரிடம் மட்டும்

பகிருங்கள் அது சன்மானமாக பேரன்பை ஈட்டுதரும்.

ஏக்கம்

சிறிதாக அடிப்பட்டாலும் பதறும் தாயும்

கலங்கிய கண்களை கண்டதும் கலங்கும்

தந்தையும்

உடைய நாம் அவர்களை உதாசீனம் படுத்துகிறோம்

ஆனால் சிலருக்கு அடிகளும் படுகிறது

கலங்க கண்களே இல்லாமல் இருக்கிறது

ஆனால் தாய்தந்தை உபசரிக்க விரும்புகிறார்கள்

ஆனால் அவர்களோ உடன் இல்லை.

மனம் தளராதே

வெற்றி பெறுவேன் என்று கூறும்போது

எவரேனும் சிரித்தால் தளராதே

உன் மீது உனக்கு இருக்கும்

அதே நம்பிக்கையோடு இரு

ஏன்னெனில்

பிறரின் நம்பிக்கையை எதிர்ப்பார்த்திருப்பதைவிட

நம்முடைய நம்பிகையில் உறுதியாக இருந்தாலே

எதையும் வென்றுவிடலாம்.

அன்பு

உன்னை கொல்ல நினைப்பவனுக்குகூட

நீ துரோகம் செய்யாதே

உன்னிடம் இருக்கும் அன்பை காட்டு

எதிரிகூட உன் தோழன் ஆவான்.

நீயே

வருடத்தின் பன்னிரெண்டு மாதமும்

உன் முன் மண்டியிட்டு நிற்கிறது பெண்ணே

உன் அழகை கண்டு

நானும் ஓரத்தில் நிற்கிறேன் பெண்ணே

என்றாவது ஒரு நாள் நீ எனதாவாய் என்று.

ப.லட்சுமிபிரியா

பொது நலம்

சுமை இல்லாமல் வாழவேண்டும் என்று

சுயநலமாக வாழாதே

கண்களை காக்கும் இமைபோல்

பிறரைக் காக்க கற்றுக்கொள்

ஏன்னெனில் நீயும் நானும்

ஒருவருக்கு சுமைக் கொடுத்தே

இவ்வுலகிற்கு வந்தோம்.

எவனும் நல்லவன் இல்லை

உடன் இருப்பவன் எல்லாம் உத்தமனும் இல்லை

எதிரில் இருப்பவன் எல்லாம் எதிரியும் இல்லை

அனைத்தும் உன் நடத்தையைப் பொருத்தே அமைகிறது.

தன்மானம்

எவரிடமும் உன் தம்மானத்தை

விட்டுக்கொடுக்காதே

ஏன்னெனில்

எவரும் தன் மரியாதையை விட்டுத்தரமாட்டார்கள்

பிறகு ஏன் நீ மட்டும் விட்டுக் கொடுத்து அடிபணிகிறாய்

இதற்கு தன்மானத்துடன்

அகராதி என்ற பட்டத்துடன் வாழலாம்.

அருகில் தெரிகிறோம்

உடன் இருந்தபோதும் உன்னோடு இல்லை

தூரத்தில் இருந்தே உன்னை ரசித்தேன்

தூரமாக இருக்கிறேன் இப்போது

ஆனால் நீ உடன் இருப்பதுபோல் தோன்றுகிறது

பிறகு தான் புரிந்தது

உடன் இருப்பதைவிட

பிரிந்து இருக்கும் போதே

உன் காதல் வளருமென்று.

வாழ்ந்து காட்டு

பல வேடிக்கை மனிதரைப் போல் நான்

வீழ்வேன் என நினைத்தாயோ

பாரதியார் கூறியது

அதை மெய்யாக்குவது போல்

நீங்கள் வாழவேண்டும்.